ABD Aláwòrán

Àníkẹ́ Fátúnàṣe
Ayàwòrán Ozioma Osanu

Copyright © 2019 by Àníkẹ́ Fátúnàṣe

Onwuemene Publishing Group
8311 Brier Creek Parkway
Ste 105, #343
Raleigh, NC 27617
USA
www.opubgroup.com

All rights reserved. Except for brief passages included in a review, no part of this book may be reproduced in any form without written permission from the publisher.

ABD Aláwòrán was first printed in 2019.

ISBN 978-1-948960-09-0

Fún Gbogbo Akẹ́kọ̀ọ́ Yorùbá

A   Àga

B

Bàtà

D Dòdò

E

Ejò

Ẹ

Ẹja

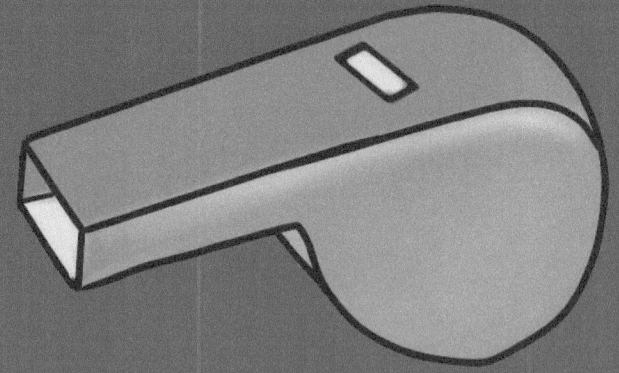

F

Fèrè

G   Gèlè

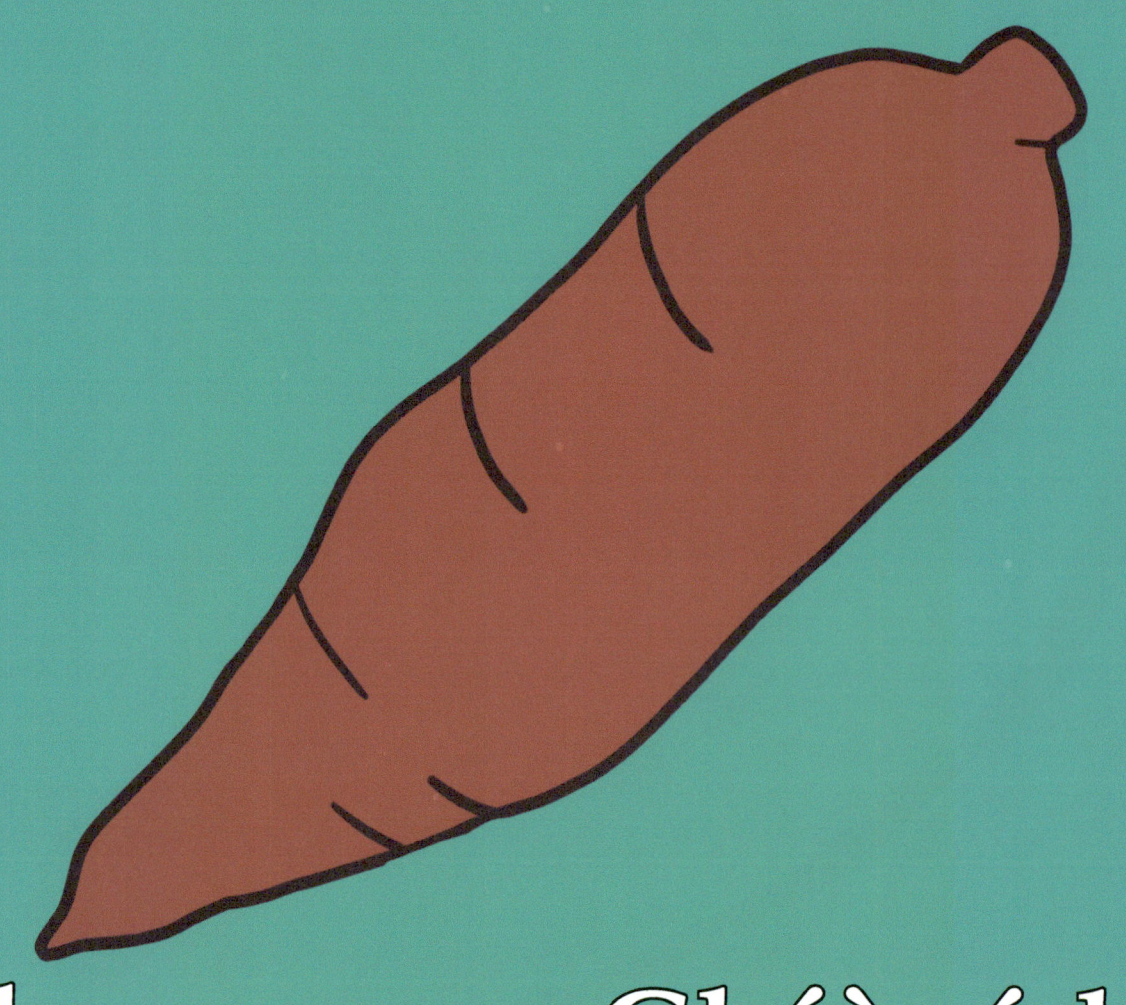

Gb   Gbáàgúdá

H

Haúsá

I   Igi

J   Jagunjagun

K
Kèké

L   Labalábá

M   Màalúù

N

Nọ́ọ̀sì

O   Ológbò

Ọ　　　　　　　　　　　　Ògèdè

P

Pẹ́pẹ́yẹ

R   Rodo

S   Sisí

Ṣ

Ṣíbí

T   Tòlótòló

U   Úkùúkù

W

Wúńdíá

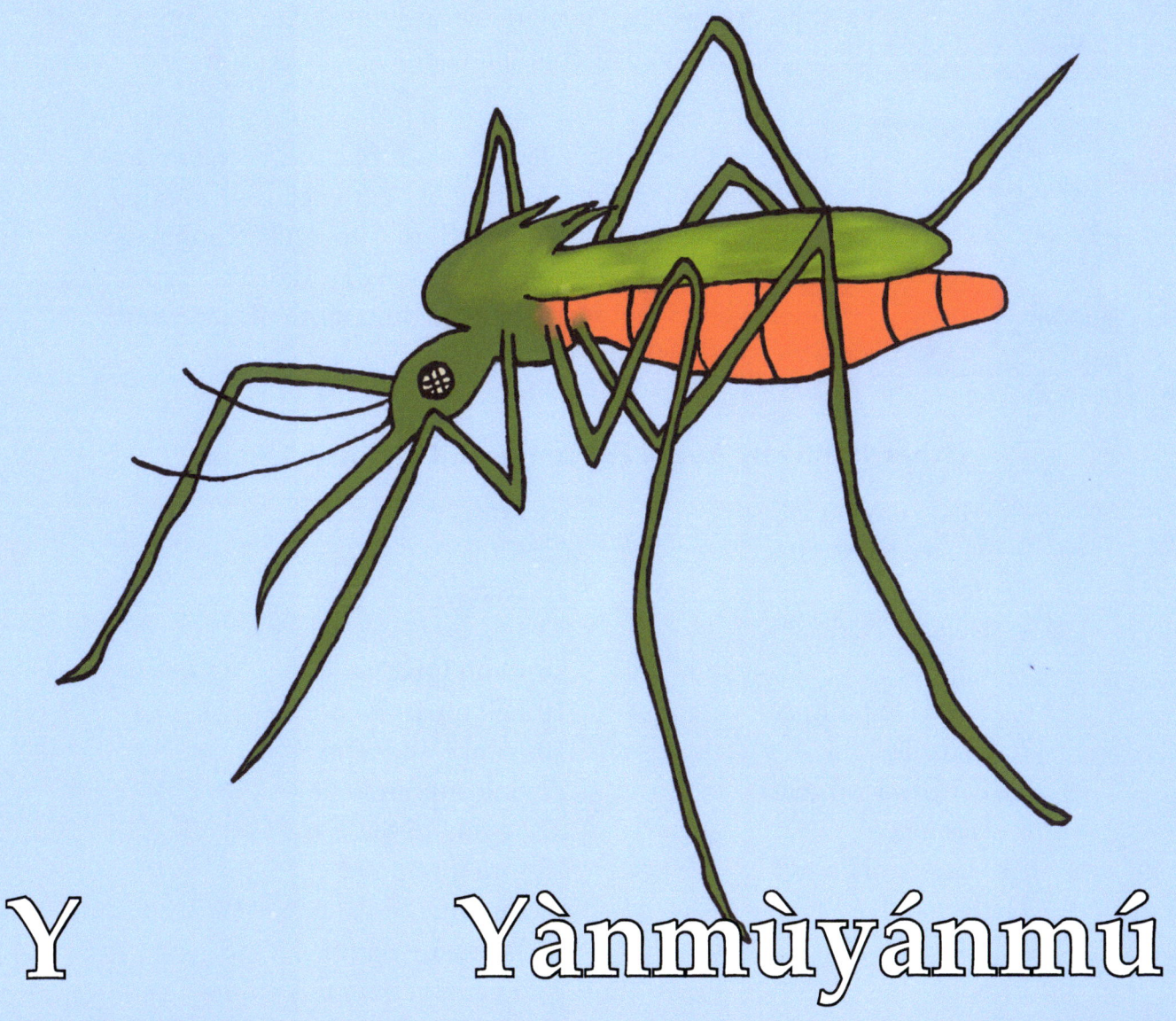

Y

Yànmùyánmú

Àníké Fátúnàṣe is a long time Yorùbá teacher. She taught Yorùbá at Corona Primary School in Lagos, Nigeria, in the 1980s. Today, she teaches Yoruba to non-native speakers in the United States. Her dream is to see children everywhere learn to love and speak Yorùbá, one of the richest languages in the world.

Ozioma Osanu is a talented artist. She has been creating brilliant illustrations since her early teens. Brimming with creativity, she has teamed up with Àníké Fátúnàṣe to write a series of childrens' books. ABD Aláwòrán represents her debut work. You can find more of her recent works on her Instagram: @ac.ozenn.

Other Books by Àníké Fátúnàṣe and Ozioma Osanu

1. ABD Aláwòrán
2. Mo lee ka Yorùbá
3. Bọ́lá
4. Délé àti Dàda
5. Èlíjà
6. Ẹniọlá lọ pa Ẹja
7. Fèrèe Fẹ́mi
8. Ìyá Gíwá wé gèlè
9. Gbénga
10. Hánà àti Hásàna
11. Ìfẹ́
12. Jọkẹ́
13. Kíkẹ́
14. Lọlá
15. Mojí
16. Níkẹ
17. Olú àti Oyin
18. Ọmọ Ọba
19. Pẹ̀lúmi àti Péjú
20. Rónkẹ àti Rọ́pò
21. Súle àti Simisọ́la
22. Ṣẹgún àti Ṣadé
23. Ọrẹ́ tímọ́tímọ́
24. Ìlù Olú
25. Wúrà àti Wùmí
26. Yànmùyánmú jẹ Yétúndé

www.ingramcontent.com/pod-product-compliance
Lightning Source LLC
Chambersburg PA
CBHW041459220426

43661CB00016B/1196